அவள்

நவீன்பிரசாந்த்

பொருளடக்கம்

பொருளடக்கம்

பொருளடக்கம்

அத்தியாயம்1

இன்று இல்லை என்றால் என்ன
நாளை என்ற ஒரு நாள் நம்மிடம்
உள்ளது …
அதனை மறவாதே …
ஒரே கையெழுத்தில் மாறிய பல
தலையெழுத்துக்கள் இங்கு
உள்ளன …

அத்தியாயம்2

இன்று வெறுக்கப்பட்ட பட்டியலில்
இருக்கும் அனைத்தும் ...
அன்று திணிக்கப்பட்ட பட்டியலில்
இருந்திருக்கும் ....

அத்தியாயம்3

சிரிப்பதை நிறுத்து ....

சிந்திப்பதைத் தொடங்கு ....

அத்தியாயம்4

உன் மேல் தவறு இல்லை என்று
நீ யாருக்கும் நிரூபிக்க வண்டிய
அவசியம் இல்லை ...
உன்னைப் பற்றி உனக்கு மட்டும்
தான் தெரியும் ...

அத்தியாயம்5

நினைப்பதை அனைத்தையும் பேசுவது வாழ்க்கை

அல்ல ....

நினைப்பவை அனைத்தையும் சாதிப்பதே

வாழ்க்கை ....

6. அதிர்ஷ்டசாலி-

உன் மீது தவறு இருக்காது என்று நம்பும்
பெற்றோரும் ...
உன் மீது தவறு இருந்தால் உன்னைத் திருத்தி
உன்னுடனே நிற்கும் நண்பனும் ...
கண்ணீரைத் துடைப்பதற்காக இருக்கும்
உடன்பிறப்புகளும் ...
உன் கிடைத்திருந்தால் உலகில் நீதான்
மிகச் சிறந்த " அதிர்ஷ்டசாலி "

அத்தியாயம்7

கேட்காத போது கடலளவு
தந்தாய் ... கேட்கின்ற
போது கடுகளவும் தர
மறுக்கிறாயே .... உன்
அன்மை ...

அத்தியாயம்8

வளையல்களே சற்று
விளங்கிக்கொள்ளுங்கள் .....
கரத்திற்கு சொந்தக்காரன்
கரம் பிடிக்க
காத்திருக்கிறான் ....

அத்தியாயம்9

நம் உதிர் காலம் மீண்டும்
வசந்த காலம் ஆகும்
நாள் .... என்னாளோ ....

அத்தியாயம்10

அன்புக்காக ஏங்கும்
உள்ளம் .... அனாதையாக
மட்டுமே தவிக்கும் ....
என்றும் .... என்றென்றும் ....

அத்தியாயம்11

இடைவிடாது பெய்யும் மழை போல
இடைவிடாது துளிர்கின்றன ....
உன்
ஞாபகங்கள் ...

அத்தியாயம்12

அன்று நீ என்னை நேசிப்பது
தெரியாமலும் நேசித்தேன் ....
இன்று நீ என்னை வெறுப்பது
தெரிந்தும் என்னால் உன்னை வெறுக்க
முடியவில்லை ....

அத்தியாயம்13

பிறருக்கு பயனற்று உயிரோடு
இருப்பதை விட ..... மண்ணிற்காவது
உரமாகும் வகையில்
செத்தொழிவதே மேல் ...

அத்தியாயம்14

விட்டுச் செல்லவும்

தோன்றவில்லை .... விட்டுவிடவும்

மனமில்லை .... இருப்பினும் விலகியே

நிற்கிறேன் ... என்றாவது ஒரு நாள் நீ

என்னைப் புரிந்து கொள்வாய் என்ற

நம்பிக்கையில் ....

அத்தியாயம் 15

நீ உன் இல்லத்தில் கூட
மற்றவர்களுக்குத் தரும் இடத்தை
எனக்குத் தருவதில்லை ... ஆனால்
நானோ என் உள்ளத்தில் உனக்குத்
தந்த இடத்தை வேறு யாருக்கும்
தருவதாக இல்லை ...

அத்தியாயம்16

நிலவில்லா வானமாய்

நீ இல்லாமல் தவிக்கிறேன் நான் ....

அத்தியாயம்17

ஒவ்வொரு பொழுதையும்
கடக்கிறேன் ...
நீ என்னுடன் நாளை
பேசிவிடுவாய் என்ற
நம்பிக்கையில் ...

அத்தியாயம்18

உன்னை தாய் வழி உறவாக
மட்டும் நினைத்திருந்தால் ,, என்றோ
மறந்திருப்பேன் ... தாய்க்கு நிகரான
உயிராக நினைத்துவிட்டேன் ...
அதனால்தான் .. இன்றுவரை
தவிக்கிறேன் .... மறக்க முடியாமல் ...

அத்தியாயம்19

காத்திருக்கிறேன் ...

என் கண் அவனின்

கண்களில்

என் கண்கள் தோன்றும்

அந்நாளுக்காக ...

அத்தியாயம்20

கண்களில் தோன்றியது கனவு ...

கண்ணீரில் தோன்றியது

கடமையும் ...

இலட்சியமும் ...

அத்தியாயம்21

மனிதனுக்கு நிம்மதி வேண்டும்
என்பதற்காகத்தான் உறவுகளைப்
படைத்தான் இறைவன் ....
ஆனால் ,
நிம்மதி இல்லாமல் போவதற்கு
முக்கியக் காரணமே அந்த
உறவுகள்தான் ...

அத்தியாயம்22

இறக்கும் தருவாயிலும்
உன்னையே ஒவ்வொரு
நொடியும் நினைத்துக்கொண்டு
இருக்கிறேன் ...
நான் இருக்கும்பொழுது கூட
என்னைப் பற்றி ஒரு நாளும்
நினைக்காத உன்னைப் பற்றி.

அத்தியாயம்23

உனக்கான என் தேடல்

நிறைவு பெறும் வரையில் ....

கற்பனையில் வாழும் ...

என் காதல்

என்றும் உனக்காக ...

அத்தியாயம்24

நம் மதிப்பு தெரியாத இடத்தில்
சிந்தும் கண்ணீர் என்பது ...
பாலைவன நீரைப் போன்று
வீண்தான் ...
என்று பல முறை
வீணாக்கியதற்குப் பின்னரே
தெரிகிறது ...

அத்தியாயம்25

நம்முடைய எல்லையை பிறர் காட்டும்

முன் ...

நாமே நிற்பதுதான்

சிறந்தது ... !!!

அத்தியாயம்26

அத்தியாயம்27

நொறுங்கிய மனங்களுக்கு

மட்டுமே தெரியும் ...

இரவு எவ்வளவு நீளமானது என்று ...

அத்தியாயம்28

எத்தனை நாட்கள் உன்னுடன்
வாழ்வேன் என்பது
தெரியவில்லை ...
ஆனால் வாழும் நாட்கள்
அனைத்தும் உனக்காக மட்டுமே ...
என்பதில் சந்தேகமில்லை ...

அத்தியாயம்29

ஆயிரம் முறை நீ எனக்கு மட்டும் சொந்தமான
உறவு என்று நினைத்து ஆனந்தம்
அடைந்தாலும் ..
நீ மற்றவர்களுக்குத் தரும் முக்கியத்துவத்தில்
கடுகளவு கூட எனக்கு தரவில்லை என்று
நினைக்கும் பொழுது கண்ணீர் துளிகளே
மிஞ்சுகின்றன ...

30. கோமாளி-

சொத்துள்ள
சொந்தக்காரர்களின்
முன் ... சொந்தக் காலில்
நிற்பவன்
‘ கோமாளி ’

அத்தியாயம்31

காத்திருக்கும் வரை

அதிகரித்துக் கொண்டே போகிறது ...

உன் மீது

நான் கொண்ட காதல் ...

அத்தியாயம்32

பணம் பேசத் தொடங்கிவிட்டால் ...

பாசம் வாயை மூடிக்கொள்ளும் ...

அத்தியாயம்33

பணிவு காட்டுவது யாருக்கும்
பயந்து அல்ல ... என்
பெற்றோர் கற்றுக் கொடுத்த
பண்பினால்தான் ....

அத்தியாயம்34

ஆறுதல் கேட்டுக் கேட்டு பழகி விடாதே ...
பிறகு ஆறுதல் சொல்ல யாரும்
இல்லாத போது ... அதை ஏற்றுக்
கொள்வதற்குக்கூட ஒரு ஆறுதல்
தேட வேண்டிய நிலைமைக்குத்
தள்ளப்படுவாய் !!!

அத்தியாயம்35

உன் ஆசைகளை புதைத்துக்

கொள் ....

" மனநிம்மதி "

தானாகவே வளரும் ...

அத்தியாயம்36

உனக்கும் எனக்குமான உறவு

பிறப்பையும் இறப்பையும்

போன்றது ....

என்றும் பிரிவதும் இல்லை சேர்வதும்

இல்லை ....

அத்தியாயம்37

பாசத்திற்கு ஏங்கி ஏங்கி தான் சில
மனங்கள் பாறையாக மாறிவிட்டது
என்று மற்றவர்களுக்குப் புரியும்
போது ...
நாம் பாறைக்குப் பக்கத்தில்
புதைக்கப் பட்டிருப்போம் ...

அத்தியாயம்38

உன் குணத்தை முள்ளாக வைத்துக்கொண்டு
உன்னை சுற்றி உறவுகள் இல்லையென்று
வருந்தாதே ...
உன் குணத்தை மலராக வைத்திரு உன்னை சுற்றி
மணம் போன்று பல உறவுகள் எந்நேரமும் இருந்து
கொண்டே இருக்கும் ...

அத்தியாயம்39

கண்ணீரைத் துடைக்க கரங்கள்

குறையும் போது ...

கஷ்டங்களைத் தாங்க மனம்

வலுவாகிறது ...

40. பாடல் வரிகள் -

எந்நேரமும் நான் உன் அருகிலும்
நீ என் அருகிலும் இருந்து நம்
காதலைப் பரிமாற்றிக் கொள்ள
முடியாததால் .... இறைவன் படைத்த
இரகசியப் பாலம் ....
" பாடல் வரிகள் "

அத்தியாயம்41

வானளவு புகழும்

கடலளவு பணமும்

இருந்தாலும் கூட .....

மனிதன் வாழ

" மனநிம்மதி "

மிக முக்கியம் ... !!

அத்தியாயம்42

அவர்கள் மிளகாயைக் கொடுத்து
இரசித்து உண்ணச் சொன்னால்
அதற்குப் பெயர் பாசம் ஆம் ,
அதை திருப்பி அவர்களையே
உண்ணச் சொல்லிக் கொடுத்தால்
அதற்குப் பெயர் திமிரு ஆம்.

அத்தியாயம்43

வேண்டாம் என்று வீராப்பாக
நின்றேன் அன்று ....
வேண்டும் என்பதையும்
விட்டுக்கொடுத்து நிற்கின்றேன்
இன்று ....

அத்தியாயம்44

உன்னை புரிந்துகொள்ளாத
இடத்தில் நீ எவ்வளவு
விட்டுக்கொடுத்துச் சென்றாலும் ..
இறுதியில் உனக்கு கிடைக்கும்
பெயர்
" சுயநலவாதி "
" கல்நெஞ்சம் "
" திமிரு "

அத்தியாயம்45

பிடித்தது எதுவும் அருகில்
இருப்பதில்லை ..
அருகில் இருக்கும் யாவும்
பிடித்ததாக இருப்பதில்லை ...

அத்தியாயம்46

நீ தேடிச் செல்லும் இதயம்
நிச்சயமாக உன்னை
உதாசீனம் செய்துவிட்டு
அதனை உதாசீனம் செய்யும்
இதயத்தைத்தான்
தேடிச் செல்லும் ...

அத்தியாயம்47

ஐஸ்கிரீம் ஆக இருந்த உள்ளம்
பாறையாக மாற்றுவதற்கு
காரணம் ...
சில தேவையற்ற பேச்சுகளும் ..
சில மனிதனாகவேடம் அணிந்த
மிருகங்களாலும் தான் ...

அத்தியாயம்48

இன்று இல்லை என்பதற்காக
என்றுமே இல்லை , இருக்காது
என்று
முடிவு செய்யாதீர்

அத்தியாயம்49

நகமும் சதையும் போல
வாழ்ந்து வந்தோம் ....
வளர்ந்தவுடன் யார் வேண்டுமானாலும்
வெட்டி விடுவார்கள் என்று
தெரியாமல் ...

அத்தியாயம்50

கை தவறி கண்ணாடி
உடைந்ததை எண்ணி
வருந்துகிறாய் .... உன்
சொல் தவறி என் இதயம்
நொறுங்கியது தெரியாமல் ...

அத்தியாயம்51

தாய்மைக்கு நிகரான தூய்மையான

உறவு ...

" தாய்மாமன்

" உறவு மட்டுமே ....

அத்தியாயம்52

அறியாப் பருவத்தில்
அன்னை போல
அரவணைத்தாய்
என்னை .... புரியும் பருவத்தில்
அந்நியனாகப் பார்ப்பது
ஏனோ ...

அத்தியாயம்53

தமிழ் மொழியில் பிடித்த வார்த்தை !
அதை தலைப்பாக
வைத்து கவிதை !
அம்மா ...

அத்தியாயம்54

தவிக்க விடுகிறாய்

என்னை .... நான் உன்னை

தாயாக பார்ப்பது தெரிந்தும் ..

www.ingramcontent.com/pod-product-compliance
Ingram Content Group UK Ltd.
Pitfield, Milton Keynes, MK11 3LW, UK
UKHW022007190726
13853UKWH00004B/1790

9 798887 330884